சமரச சன்மார்க்கத் திறவு

திரு. வி. கலியாணசுந்தரனார்

Title: Samarasa Sanmarga Thiravu

Author: Thiru. V. Kalyanasundaram

Language: Tamil

First Published on: 1934

Year of Publication: 2025

Book Format: Paperback

*Page Size: 6inch * 9inch*

Category: Religious

Subject: Religious Essays

No. of pages: 32

ISBN: 978-81-689884-1-5

Published by: Nilan Publishers, Madurai, Tamilnadu, India

பொருளடக்கம்

முன்னுரை

'ஒன்றே குலமும் ஒருவனே தேவனும்'

'சன்மார்க்க போதம்' என்றொரு நூல் என்னால் இயற்றப்பட்டது. அந்நூலுடன் தொடர்பு கொண்டது இந்நூல். அது பொது நூல். இது சிறப்பு நூல்.

பொதுமையே சிலர் உள்ளத்தை நிறைவு செய்யும். சிலர் உள்ளத்தைப் பொதுமை நிறைவு செய்வதில்லை. இவருக்குச் சிறப்புந் தேவை. இத்தகையர் பொருட்டு இந்நூல் இயற்றப் பட்டது.

'சன்மார்க்க போத'த்திலுள்ள பொதுமைகளைச் சிறப்பு முறையால் இந்நூல் திறந்துகாட்டும். இதனால் இந்நூலுக்குச் 'சன்மார்க்கத் திறவு' என்னுந் தலைப்புச் சூட்டப்பட்டது. (முதற் பதிப்பிலிருந்த தலைப்பிலே 'சமரசம்' என்பது, இரண்டாம் பதிப்பில் சுருக்கத்தின் பொருட்டு நீக்கப்பட்டது.)

இரண்டு நூலிலும் இடம் பெற்றிருப்பவர் குருமார். குருமார் முன்னூலில் பொதுவாகச் சொல்லப்பட்டிருக்கிறார். அவர்தம் போதனைகள், பெயர்கள் முதலியன இந்நூலில் சிறப்பாக விளக்கப்பட்டுள்ளன. இவ்விளக்கம் சன்மார்க்க சங்கத்தார்க்குப் பெருந்துணை செய்வதாகும்.

முன்னூலாகிய 'சன்மார்க்க போத'த்தைப் படித்த பின்னர் நேயர்கள் இந்நூலைப் படிப்பார்களாக.

'யாதும் ஊரே யாவருங் கேளிர்'

திருவாரூர்-வி.கலியாணசுந்தரன்

சமரச சன்மார்க்கத் திறவு

1. தோற்றுவாய்

1. இயற்கையை உடலாக்கொண்டு, என்றும் மாறுதலின்றி, எங்கும் நீக்கமற நிறைந்து நிற்கும் ஒன்றாய், உண்மையாய், அறிவாய், அன்பாய், இன்பாய், அழகாய் உள்ள இறை வாழ்க.

2. இறைக்கு உடலாய்நின்று, திருவிளையாடல் புரியும் இயற்கை வாழ்க.

3. இயற்கை - இறைவழி நின்று, உலகை நடாத்தி வருங் குருமார் வாழ்க.

4. கால தேச வர்த்தமான நிலைமைக்கு ஏற்றவாறு அவ்வப் போது குருமார்வழிப் பிறந்த அருள் மொழிகள் வாழ்க.

5. அருள்மொழிகளின் பொருளாயுள்ள சன்மார்க்கம் வாழ்க.

6. சன்மார்க்க சங்கம் வாழ்க.

7. 'சன்மார்க்க போதம்' என்னும் ஒரு நூல் என்னால் இயற்றப்பட்டது. அது, பொது நூல். அந்நூலில், சத் (உண்மை) இறை என்பதும், மார்க்கம் (வழி) இயற்கை என்பதும், சத்தை அடைதற்கு இயற்கை வழிபாடு தேவை என்பதும், இயற்கை வழிபாடு குருநாதன் காட்சியை வழங்கும் என்பதும், குருநாதன் காட்சியால் நுட்பம் விளங்கும் என்பதும், மிகச் சிலர் குருவருளின்றியும் இயற்கை வழி பாட்டளவிலேயே நுட்பம் விளங்கப்பெறுவர் என்பதும், இயற்கை கடந்த

தனித்த இறைநிலை வாக்கு மனம் கடந்தது என்பதும், இன்ன பிறவும் விரித்துக் கூறப்பட்டன.

8. இறைநிலை இரண்டு. ஒன்று இயற்கையைக் கடந்து தனித்து நிற்பது; இது வாக்கு மனங்கட்கு எட்டாதது. மற்றொன்று இயற்கையுள்ளும் குருமாருள்ளும் ஒளிர்வது.

9. இயற்கை வாயிலாகவோ, குருவாயிலாகவோ இறையின் உண்மையை உணர்தல் கூடும். இதற்கு இயற்கை வழிபாடோ, குரு வழிபாடோ, அல்லது இரண்டுமோ தேவை.

10. இயற்கை வழிபாடு, 'சன்மார்க்க போத'த்தில் விரித்துச் சொல்லப்பட்டிருக்கிறது. ஆதலால், அதைப் பற்றிய விளக்கம் இங்கே வேண்டுவதில்லை.

11. குருமாரைப் பற்றியும் 'சன்மார்க்க போத'த்தில் ஓர் அதிகாரம் உண்டு. அது, பொது முறையில் குருமாரைப் பற்றிச் சொல்வது. அப்பொழுது முறையைச் சிறப்பு முறையால் திறந்து காட்டுவது இந்நூல்.

12. சிலர்க்குப் பொதுநூலே போதியதாயிருக்கும். அதனால், பொதுநூலில் சிறப்பு முறைகள் சொல்லப்பட வில்லை.

13. 'சன்மார்க்க போத'த்தில் குறிப்பிட்ட சில கருத்துக்கள், விளக்கத்தின் பொருட்டும், தொடர்பு குறித்தும், இந் நூற்கண்ணும் சுருங்கிய முறையில் சில இடங்களில் ஆளப்படும்.

14. 'சன்மார்க்க போதம்' முன்னூல் என்று இந்நூற்கண் இனிக் குறிக்கப்படும்.

2. குருமார் விளக்கம்

1. இறையுண்மை, குருமார் வாயிலாக உலகுக்கு விளங்குதலால், குருமாரைப்பற்றிச் சிறப்புமுறையில் தெளிவு பெறுதல் வேண்டும்.

2. குருவுக்குப் பல மொழியில் பல பெயர்கள் வழங்கப்படுகின்றன. அவைகளுள் சில வருமாறு:- சித்தன், அருகன், புத்தன், கிறிஸ்து, நபி, மாஸ்டர், ஆச்சாரியன், தீர்த்தங்கரன், குமரன், மூர்த்தி முதலியன. இப்பலபட்ட பெயர்களின் பொருள் ஒன்றே.

3. குருவைப் பற்றிப் பலதிறக் கருத்து வேற்றுமைகள் உண்டு. இறைவன் குருவாக வருவன் என்று சிலரும் - இறைவன் பிறப்பு இறப்பு இல்லாதவனாதலான், அவன் குருவாக வருவதில்லை என்று வேறு சிலரும் - குருவின் உள்ளத்துள் இறைவனது ஒளி நீக்கமின்றி இடையறாது திகழ்தலானும், அவர் தமக்கென ஒன்றின்றி இறைவன் வழியே நின்று கடனாற்றுதலானும், இறைவன் செயலுக்கெல்லாம் அவர் கருவியாக நிற்றலானும், அவரை இறைவன் என்று உபசாரமாகக் கொள்ளலாமென்று மற்றுஞ் சிலரும் கூறுவர். இன்னும் வெவ்வேறு கருத்துடைய வரும் உளர்.

4. சத் என்னும் இறை, பிறப்பு இறப்பு இல்லாதது என்பதும், குரு, சமயம் நேரும்போது பிறப்பதுண்டு என்பதும் முன்னூலில் மிகத் தெளிவாக விளக்கஞ் செய்யப்பட்டிருக்கின்றன.

5. உண்மை விளங்கும்போது, குருநிலை தானே விளங்கும். குருநிலையைப்பற்றி விவாதம் வேண்டுவதில்லை.

6. குருமாருக்கென ஒரு தனித் திருக்கூட்டம் இருக்கிறது. இறை அருளால், அத்திருக்கூட்டத்தின் வாயிலாக உலகம் நடைபெற்று வருகிறது.

7. குருமார், பலப்பல இடங்களில் தோன்றிக் கால தேச வர்த்தமானத்துக்கு ஏற்ற முறையில் சன்மார்க்கத்தை விளக்கிப் போவர்.

8. உண்மையை உணர்த்தக் குருமார், பருவுடல் தாங்கியும் வருவர். அவர் நுண்ணுடலுடன் பிறர்வாயிலாக உண்மையை உணர்த்துவதும் உண்டு.

9. சன்மார்க்கத்தை அடிப்படையாக்கொண்டு, இது காறும் வெளிப்போந்த குருமார் போதனைகள் பலதிறத்தன.

10. குருமார் போதனைகள், கால தேச வர்த்தமானத்துக்கு ஏற்றவாறும், மக்களின் பலதிற இயல்புகளுக்கு ஏற்றவாறும் பலவகையாய்ப் பிறந்தன.

11. போதனைகளின் புறத்தோற்றம் பலவகை. அகத்தில் எல்லாம் ஒருவகையே.

12. பலவகை ஒருவகையாக விளங்குதற்கு வழிபாடு தேவை.

13.வழிபாட்டுக்குச் சில குறிக்கோள் வேண்டும்.

14. குறிக்கோள், நுண்மை பருமை என இருவகைப்படும். இரண்டும் முறையே அகத்துக்கும் புறத்துக்கும் உரியன.

15. குறிக்கோளை எங்கிருந்து பெறுவது? குருமார் போதனைகளினின்றும் அவைகளைப் பெறுதல் கூடும்.

16. குருமார் போதனைகளிற் படியப்படியக் குறிக்கோள் புலனாகும்.

17. குறிக்கோள் பலபடப் புலனாகும். அவைகளை ஒருவித முறைக்கு உட்படுத்தித் தொகுத்துக் கொள்வது வழிபாட்டுக்கு வழிகோல்வதாகும்.

18. குருமார் போதனைகளை வழிபாட்டின் பொருட்டு, எட்டு விதமாகத் தொகுத்துக் கொள்ளலாம். அவை வருமாறு:- (1)

தெய்வம் ஒன்றென்பது (2) இயற்கை (3) அன்பு (4) அஹிம்சை (5) தர்மம் (6) நிஷ்காமியம் (7) அழகு (8) மோனம்.

19. இவ்வெட்டும் ஒன்றே, ஒன்று உள்ள இடத்தில் பிறவும் இருக்கும். இந்நுட்பம், சன்மார்க்கத்தில் ஈடுபட்டு ஒழுக ஒழுகப் படிப்படியாக விளங்கும்.

20. விளக்கத்தின் பொருட்டும், தொடக்கத்தில் மக்கள் மனோநிலை பலபட்டு நிற்றல் கருதியும் 'எட்டு' என்று ஒரு விதக் கணக்கிடப்பட்டது.

21. ஒன்று எட்டாய், எட்டுப் பலவாகும். பல எட்டாய், எட்டு ஒன்றாகும். இந்நுட்பம் சன்மார்க்கத் தெளிவில் நன்கு விளங்கும்.

22. எட்டையும் குருமாருள் பொருந்தக்கொள்வது ஒருவித ஒழுங்குமுறை. அம்முறை வருமாறு:- (1) தெய்வம் ஒன்று மகம்மது நபி (2) இயற்கை - அன்னை (3) அன்பு - கிறிஸ்து (4) அஹிம்ஸை - விருஷபதேவர் (5) தர்மம் - புத்தர் (6) நிஷ்காமியம் - கிருஷ்ணமூர்த்தி (7) அழகு - குமரன் (8) மோனம் - தட்சணாமூர்த்தி.

23. இப்பிரிவால் ஒருவர் போதனையில் பிறர் போதனைகள் இல்லை என்று கொள்ளுதல் கூடாது. ஒருவர் போதனையில் பிறர் போதனைகளும் உண்டு. பிரிவு, வழிபாட்டின் பொருட்டுக் காட்டப்பட்டது.

24. மகம்மது நபி, ஒரு தெய்வ உணர்ச்சியை நிலை பெறுத்தியவர்; அவ்வொரு தெய்வம் பிறப்பு இறப்பு இல்லாதது என்பதை அறிவுறுத்தியவர்; விக்கிரக ஆராதனையைக் கடிந்தவர். அவர் போதனைகள் பல. அவைகளுள் தலையாயது 'தெய்வம் ஒன்று' என்பது. 'தெய்வம் ஒன்று' என்னும் உணர்வில் எல்லாவித சமரசமும் அடங்கும் மகம்மது நபி, நபி நாயகம் என்று போற்றப் படுகிறார். அவர் வாயிலாக வெளிவந்த ஆண்டவன் மொழி, 'திருக்குரான்' எனப்படும். மகம்மது நபி விக்கிரக

ஆராதனையைக் கடிந்தவராகலான், அவருக்கோ அவர் போதனைக்கோ அவர் தாடர்புகொண்ட எதற்கோ அறிகுறி யாகக்கூட உருவம் அமைத்தலாகாது. இது சிறப்பாகக் கவனிக்கத் தக்கது.

25. இயற்கை, அன்னையாவள் இயற்கையை அன்னை என்று சொல்வது மரபு. இயற்கைவழி நிற்பவர், சில சமயங்களில் குருவின் துணையின்றி இயற்கை வாயிலாகவே இறையொளி விளங்கப் பெறுதலால், இயற்கையும் குருமரபில் கொள்ளப் பட்டது. இயற்கை, இறைவனுக்கு உடலாயிருப்பது. இறை உருவமில்லாதது; எங்குமிருப்பது. இறை எங்கும் எப்படிஇருக்கிறது? இறை, இயற்கையை உட லாக்கொண்டு, தான் உயிராக எங்கும் நீக்கமற நிறைந்திருக்கிறது. இறையின் உண்மையை உணர்தற்கு இயற்கையின் துணை தேவை. இயற்கையோடு இயைந்து வாழ்வது இறையோடு இயைந்து வாழ்வதாகும். இயற்கையை வெறுப்பது இறையை வெறுப்ப தாகும். இயற்கை வாழ்வு சன்மார்க்கத்துக்கு வேண்டற்பாலது. எக்காரணம் பற்றியேனும் குருமாருண்மையில் உறுதி கொள்ளாதார் இயற்கையை நேரே பற்றலாம். இயற்கை, ஆத்திகர் எனப்படுவோர்க்கும் நாத்திகர் எனப்படுவோர்க்கும் பொது. சன்மார்க்கம் அனைவர்க்கும் உரியது.

26. கிறிஸ்து, 'கடவுள் அன்பு' என்பதை வலியுறுத்தியவர். அவரது போதனையினாலும் சாதனையினாலும், வெறுங் கிரியை, புறக்கோலம், புரோகிதம், பலி முதலிய கண்மூடி வழக்க ஒழுக்கங்கள் கடவுள் நெறி அல்ல என்பதும், அன்பு நெறியே கடவுள் நெறி என்பதும் நன்கு விளங்கின. கிறிஸ்துவின் போதனை களைத் திரட்டிப் பார்த்தால் அவைகளினூடே 'அன்பு' என்னும் உயிர்நாடி ஓடிக்கொண்டிருக்கும். அவருடைய போதனையும் சாதனையும் அன்பே. கிறிஸ்துவின் சிலுவை, அன்புக்குரிய தியாகத்தின் அறிகுறி. அன்பு உள்ள இடத்தில் சமரசம் இருத்தல் இயல்பு. கிறிஸ்துவின் 'மலைப்பொழி'வில் அன்பு நெறியாகிய சன்மார்க்க இயல்கள் பொலிவது காணலாம்.

27. விருஷபதேவர், அஹிம்சையைப் போதித்தவர். அவர்தம் போதனையால் 'அஹிம்ஸா பரமோதர்மா' என்பதும், 'தயாமூல தர்மம்' என்பதும் விளக்கம் பெற்றன. அஹிம்சை யாவது மன்னுயிரைத் தன்னுயிர்போல் கருதி ஒழுகுவது. இதுவே ஜீவகாருண்யம் என்பது. ஜீவகாருண்யம், சன்மார்க்கத் துக்கு அடிப்படை. 'சதுர் அநுயோகம்' என்னும் 'பரமாகமம்' பார்க்க.

28. புத்தர், தர்மோபதேசஞ் செய்தவர். பிறப்பில் உயர்வு தாழ்வு கருதல். கொலை வேள்வி புரிதல் முதலிய அதருமச் செயல்கள் புத்தரால் மறுக்கப்பட்டன. எல்லாரையும் ஒப்ப நோக்கும் சமதர்மம் அவரால் போதிக்கப்பெற்றது. எல்லாரையும் ஒப்ப நோக்குவதாவது எவ்வுயிர்க்குந் தீங்கு நினையாமை. இதற்கு மக்களிடத்துள்ள விலங்கியல்புகள் ஒழிதல் வேண்டும். மக்கள், விலங்கு இயல்பினின்றும் விடுதலையடையவும், தர்மவழியில் நின்று ஒழுகவும் புத்தரால் சீலங்கள் கோலப்பட்டன. பௌத்த சீலங்களால் தர்மமும், தர்மத்தால் சமரசமும் விளையும். பௌத்த தர்மம், சீலம் முதலியவற்றைத் 'திரிபிடகத்'தில் நோக்குக.

29. கிருஷ்ணமூர்த்தி, நிஷ்காமிய கர்மத்தை உணர்த் தியவர். காமியப்போரிடைக் கிருஷ்ணமூர்த்தியின் நிஷ்காமிய கருமோபதேசம் எழுந்தது. காமிய நெஞ்சில் சமரச ஞானம் பிறவாது. நிஷ்காமிய நெஞ்சில் சமரசஞானம் நிலவும். நிஷ்காமியம் சமரசத்தின் ஊற்று. கிருஷ்ணமூர்த்தியின் நிஷ்காமியச் சிறப்பைப் 'பகவத் கீதை'யில் காண்க.

30. குமரன், அழகுக்கு அறிகுறி. அழகாவது இயற்கையி லுள்ள அழியா ஒளி. அவ்வழகு என்றும் அழியாதது; மாறுத லடையாதது; இளமையாயிருப்பது. இதனால் அழகுக்கு அறிகுறியாகக் குமார மூர்த்தம் கொள்ளப்பட்டது. அழகில் ஊறிக்கிடக்கும் உள்ளத்தில் வேற்றுமை உணர்வு தோன்று தற்கும் இடமில்லை. இது சமரச நிலை என்பது. அழகுக் கலைகள் - இயற்கையின் கோலங்கள், அவைகளின் ஓவியம் காவியம் முதலியன.

31. தட்சணாமூர்த்தி, மோனத்துக்கு அறிகுறி. மோனம் வாக்கு மனம் ஒடுங்கும் நிலை. மூர்த்தியின் பெருவிரலும் சுட்டு விரலும் ஒன்றியிருத்தல் உற்று நோக்கற்பாலது. பெருவிரல் இறையை உணர்த்துவது; சுட்டுவிரல் உயிரை உணர்த்துவது. பலவாறு அலைந்து உழன்று அமைதி இழந்து கிடந்த உயிர், இறையுடன் சேர்ந்து அமைதி பெறுகிறது.

மோனத்தில் மூன்று நிலைகள் உண்டு. ஒன்று ஒலி; மற் றொன்று ஒளி; இன்னொன்று சாந்தம்.

வாக்கு மனம் ஒடுங்கும் மோனத்தில், இயற்கையின் நானா பேதங்கள் மறைந்து, அவை யெல்லாம் ஒலி மயமாகத் தோன்றும். ஒலி, இரண்டு விதம். ஒன்று வாக்கு மன உணர்வில் கேட்பது. து மாயாநாத ஒலி. மற்றொன்று வாக்கு மனம் ஒடுங்கு நிலையில் எழுவது. இஃது இறை வடிவான ஒலி. இஃது அருள்நாத ஒலி.

ஒலி, ஒளியை விளங்கச் செய்யும். இயற்கை வடிவங்கள் ஒலியாகி ஒளியாகும். ஒலிகடந்த நிலையில் எல்லாம் ஒளிமயமாக விளங்கும்.

ஒளிக்கு மேற்பட்டது சாந்தம்.

சாந்தத்தில் தெளிவுறுவது சன்மார்க்கம்.

32. ஒளிவரை இயற்கையை உடலாக் கொண்டது இறைநிலை. ஒளிக்கு மேற்பட்டது தனித்த இறை நிலை. இது வாக்கு மனங்கடந்தது; சொல்லொணாதது.

33. ஒலிக்கு அறிகுறியாகப் பெரியோர் வாயிலாகப் பிறந்த தெய்வ மொழிகளைக் கொள்ளலாம். அவை வருமாறு: திருக்குரான், பைபில், பரமாகமம், திரிபிடகம், தசோப நிஷத், பிர்மசூத்திரம், பகவத்கீதை, சிவஞானபோதம், திருக்குறள், தேவார திருவாசக நாலாயிரப்பிரபந்தம், திருமந்திரம், கந்தரநுபூதி முதலியன. இவைகளினின்றும் பிறந்த

வழிநூல்கள் பலப்பல. இவை யாவும் சன்மார்க்கத்தை அறிவுறுத்துவன.

34. ஒளிக்கு அறிகுறியாகத் தீபத்தைக் கொள்ளலாம். 35. சாந்தத்துக்கு அறிகுறியாக மரம், செடி, பாம்பு, மயில், யானை, புலி, சிங்கம், பசு ஆகிய இவைகள் சாந்தமயமாக ஒன்றியுள்ள முறையில் ஓவியம் பொறித்துக் கொள்ளலாம்.

36. தனித்த இறை நிலைக்கு எவ்விதக் குறியும் அமைத்தல் கூடாது.

37. குருமார் பெயர்கள் சரித்திர முறையில் இங்கே குறிக்கப் படவில்லை. சரித்திரத்துக்கும் இந்நூன் முறைமைக்கும் தொடர்பில்லை.

38. ஈங்குக் குறிப்பிடாத குருமார் பலர் இருக்கிறார். அவர் மேற்குறிப்பிட்ட குருமார் வழிவழி வந்தவர். அவர்தம் போதனைகள் எட்டில் அடங்கும். அப்போதனைகள் யாவும் எட்டினின்றும் பிறந்த கவடு கோடுகளாகும். அவர் போதனை எதில் இயைவதா யிருக்கிறதோ, அவரை அதற்குடையவருடன் சேர்த்துக்கொள்க. பெயர்கள் ஒருவிதக் குறிக்கோளுக்காகக் காட்டப்பட்டன. பெயரில் கருத்துச் செலுத்துவதைப் பார்க்கிலும், போதனையில் கருத்துச் செலுத்துவது சிறப்பு.

39. சன்மார்க்க சங்கத்தார் நால் வகையினர். விளக்கம் முன்னூலில் பார்க்க. முதலிரு வகையினர் பொருட்டு எட்டு என்பதும், அததற்குரிய குரு என்பதும் வகுத்துச் சொல்லப் பட்டன.

40. சன்மார்க்கத்தில் முதலில் ஈடுபடுவோர்க்குப் பன்மை உணர்வு உண்டு. ஒவ்வொருவித உணர்வு ஒவ்வொன்றை விரும்பும் இயல்புடையதாயிருக்கும். அதற்குரிய முறையில் ஒன்று எட்டாக வகுக்கப்பட்டது. ஒவ்வொருவர்க்கு ஒவ்வொருவிதச் சுவையில் விருப்பு நிகழ்வது இயல்பு.

41. சன்மார்க்க சங்கத்தின் முடிந்த படியில் நிற்பவர்க்கு எல்லாம் ஒன்றாகவே தோன்றும். அவர்க்குக் குருமார் அனைவரும் உணர்வில் ஒருவராகவே தோன்றுவர்.

42. குருமார் உள்ளத்தில் ஒளிரும் தெய்வம் ஒன்றாத லானும், அவ்வொன்றன்வழி அவர் இயங்கிச் சன்மார்க்கத்தை உலகின் பொருட்டுப் பலவகையாகப் போதித்தமையானும், அவர் மொழிகள் யாவும் ஒரு தெய்வ ஒலியின் பரிணாமமாகும்.

43. குருமார் எல்லாரும் உணர்வில் ஒருவரேயாவர்.

44. தொடக்கத்தில் எவர்க்கும் குருமாரின் வடிவில் நாட்டஞ் செல்லும்; பின்னே சன்மார்க்கப் பயிற்சி மிகமிக அவருக்குக் குருமாரின் உணர்வில் நாட்டஞ் செல்லும். வடிவில் தோன்றும் பன்மை, உணர்வில் ஒருமையாகும்.

45. குருமார் போதனைகள் ஒரு தெய்வ ஒலியாதலின், அவை களுள் உயர்வு தாழ்வு கற்பித்தல் சன்மார்க்கத்தில் நிற்பதாகாது.

46. பன்மை உணர்வுடையவர்களில் எவர்க்கு எக்குருவின் போதனைமீது விருப்பம் நிகழ்கிறதோ, அவர், அக்குருவின் போதனைவழி நின்று ஒழுகுவாராக. அவ்வொழுக்கம், அவரைச் சன்மார்க்கத்தில் சேர்க்கும்.

47. சன்மார்க்கச் சேர்க்கை நாளடைவில் குருமார் போதனைகளின் ஒருமையை விளங்கச்செய்யும்.

48. ஒருவர், தாம் விரும்பும் குருவின் போதனைமீது பற்றுக்கொள்ளலாம். ஆனால் அது காரணமாக, அவர் மற்றக் குருமார் போதனைகளை நிந்தித்தலாகாது. நிந்திப்பின், அஃது அவர்தங் குருவின் போதனையையே நிந்திப்பதாகும்.

49. நிந்தனை உள்ள இடத்தில் சன்மார்க்கம் விளங்குதல் அரிது.

50. குருமாரையும், அவர்தம் போதனைகளையும் ஒன்றாகவே கொள்ளுதல் வேண்டும்.

51. குருமாருடைய போதனைகள்வழி நில்லாது, அவர்தம் உருவங்கட்கு மட்டும் வந்தனை வழிபாடுகள் செய்வது தவறு. இத்தகை வந்தனை வழிபாடுகள் செய்வோரது தொகை உலகில் பெருகியிருக்கிறது. குருமார் போதனைகள் வழி நிற்போரது தொகை உலகில் பெருகல் வேண்டும். இப்பெருக்கால் உலகில் சன்மார்க்கம் ஓங்கி வளரும்.

52. குருமார் உள்ளத்தில் ஒளிர்வது இறையொளி. அவ்வொளி விளங்கப்பெறுதற்குக் குருமார் போதனைகள் வழி நின்றொழுகல் வேண்டும்.

53. குருமார் வழிபாடென்பது, குருமார் போதனைகள் வழி நின்று ஒழுகி வழிபாடு செய்வது. குருமார் வழிபாடென்று பின்னே குறிக்கப்படும் இடங்களிலெல்லாம் இவ்வாறே கொள்க.

54. குருமார் போதனைகளில் சம்பிரதாயம், கட்டுப்பாடு முதலியவற்றை நுழைப்பது பாவம். குருமார் போதனைகள், சம்பிரதாயம் கட்டுப்பாடு முதலியவற்றைக் கடந்தவை.

55. குருமார் போதனைகளைச் சம்பிரதாயம் முதலிய கட்டுக்களால் பிரிவுபடுத்தி, உலகில் பல சமய உணர்வையும் பிணக்கையும் உண்டுபண்ணுவது ஆங்காங்குள்ள புரோகித மதம்.

56. சம்பிரதாயம் முதலியன புரோகிதத்தின்பாற்பட்டன. புரோகிதம், சன்மார்க்கமன்று.

57. புரோகிதத்தால் உலகம் பட்டது போதும்! போதும்! இனி உலகம் சன்மார்க்கத்தைக் கடைப்பிடித்தொழுகுவதாக.

58. குருமார் போதனைகள் மன்பதைக் கென்று பிறந்தன; அவை குறிப்பிட்ட சிலர்க்கென்று பிறக்கவில்லை.

59. குருமார் சன்மார்க்கத்தை அறிவுறுத்தியவர். சன்மார்க்கம் பொதுவானது; எல்லார்க்கும் உரியது.

60. குருமார் உண்மையையும், அவர் அறிவுறுத்திய சன்மார்க்கத்தின் நுட்பத்தையும் அநுபவத்தில் தெளிந்து, அத்தெளிவை உலகுக்கு உணர்த்திய பிற்காலப் பெரியோர் சிலர் உளர். அவருள் குறிக்கத்தக்கவர்; தால்ஸ்தாய், தாயுமானவர், சுவீடன்பர்க், பிளவட்ஸ்கி அம்மையார், இராமகிருஷ்ணர், இராமலிங்கர் முதலியோர்.

61. சன்மார்க்க விளக்கத்துக்குக் குருவழிபாடு இன்றியமையாதது.

3. வழிபாடும் அமைப்பும்

1.வழிபாடு, வாழ்வுக்குத் தேவை.

2. வழிபாடு பொருளுடையதாயிருத்தல் வேண்டும். பொருளற்ற வழிபாடு கண்மூடி வழக்க ஒழுக்கங்களைப் பெருக்கும்.

3. 'வழிபாடு' என்னும் நினைவு தோன்றும்போதே, மக்களுக்கு இறை நினைவு தோன்றுவது இயல்பு.

4. வழிபாடு இறைக்கே உரியதாய், இறையையே சாரும். 5. இறை ஒன்று; இரு நிலையுடையது. ஒன்று தனித்த நிலை; மற்றொன்று இயற்கையையும் குருவையும் கோயில் கொண்ட நிலை.

6. இறையின் தனித்த நிலை அகண்டாகாரமானது; மனம் வாக்குக்கு எட்டாதது; வழிபாடற்றது.

7. உருவங்களில் படியும் இயல்பு வாய்ந்த மனம் முதலிய கரணமுடையவர் அகண்டாகார இறையை எப்படி வழிபடுதல் கூடும்?

8. வழிபாடற்ற இறை நிலையைப்பற்றி மன உணர்வினர் மல்லாட வேண்டுவதில்லை.

9. இயற்கையுள்ளும் குருமாருள்ளும் கோயில் கொண்ட இறைநிலை, மனம் முதலிய கரணமுடையவரின் வழிபாட்டுக்கு உரியது.

10. மனஉணர்வு ஒடுங்கி, வழிபாடற்ற நிலை பெறுதற்கும் வழிபாடு தேவை.

11. மனம் வாக்கு முதலிய கரணமுடையோர், இயற்கை வாயிலாகவோ குரு வாயிலாகவோ அல்லது இரண்டின்

வாயிலாகவோ இறையை வழிபடலாம். எவ்வகை வழிபாடும் இயற்கையின் பாற்பட்டதே. முன்னூல் பார்க்க.

12. இயற்கை வழிபாடும், பொது முறையில் குருமார் வழிபாடும் முன்னூலில் விரித்துக் கூறப்பட்டன. இந்நூலில் சிறப்பு முறையில் குருமார் வழிபாடு மட்டும் கூறப்படும்.

13. குரு வழிபாடென்பது ஒருவித முன்னிலைச் சுட்டு. அஃது இறையையே சாரும்.

14. குரு வழிபாடென்பது, குரு உள்ளத்தில் ஒளிரும் இறை ஒளியைக் குறித்து நிற்பதாகும்.

15. அவரவர் மனத்துக்கு இயைந்த குருவை அவரவர் கொள்ளலாம்.

16. வழிபாட்டுக்கு அமைப்பு வேண்டும்.

17. அமைப்பு வேண்டும் நிலையும் உண்டு; வேண்டா நிலையும் உண்டு.

18. மன உணர்வினர்க்கு அமைப்பு வேண்டும். மற்றவர்க்கு அமைப்பு வேண்டுவதில்லை.

19. இயற்கை, அமைப்பென்பதும் நூல், அமைப் பென்பதும் - அவ்வவ் வமைப்புக்குரியார் இன்னார் இன்னார் என்பதும் - முன்னூலில் சொல்லப்பட்டன.

20. குருமார் அமைப்பின் விளக்கம் ஈண்டுக் குறிக்கத்தக்கது.

21. ஒவ்வொரு வீட்டிலும், வேறு தனி இடத்திலும் குருமார் அமைப்பை ஏற்படுத்தலாம்.

22. பற்பல நோக்குடன் கட்டப்பெற்ற பழைய கோயில் மடம் முதலியவற்றைச் சன்மார்க்க முறையில் சீர்திருத்தஞ் செய்து, அவைகளை வழிபாட்டுக்குரிய அமைப்புக்களாகக் கொள்வதில் தவறுதல் இல்லை.

23. பழைய அமைப்புக்களின் பெயர்களை மாற்றுவது அநாவசியம். அவைகளில் சன்மார்க்கக் கொள்கை நிலவுவது சாலும்.

24. தெய்விக அமைப்பு எதுவும், பிறப்பில் உயர்வு தாழ்வு கருதல், புரோகிதம், சம்பிரதாயம், கண்மூடி வழக்க ஒழுக்கம் முதலியவற்றிற்கு அடிமையாதல் கூடாது.

25. அமைப்புக்குரிய இடம், இயற்கை வளஞ் செறிந்ததா யிருத்தல் வேண்டும்.

26. காடு மலை அடர்ந்த இடங்களும், கடலோரமும், ஆற்றோரமும், இன்ன பிறவும் இனியன.

27. காடு மலை ஆறு சமீபத்திலில்லாத இடங்களில் அமைப்பு நிறுவ நேர்ந்தால், அவ்விடங்களைச் செய்குன்றாலும், மரஞ்செடிகளாலும், நீர் நிலைகளாலும் அழகு செய்தல் வேண்டும்.

28. இடம் எவ்வளவு விசாலமா யிருக்கிறதோ அவ்வளவும் நல்லது.

29. அமைப்புக்கெனக் குறிக்கப்பெற்ற இடத்தில் மிகச் சிறுபகுதி கட்டிடங்களுக்கென்றும், பெரும்பகுதி மரஞ்செடி களுக்கென்றும் ஒதுக்கப்படல் வேண்டும்.

30. மரஞ்செடிகளைப் பெருக்கல் நல்லது. அவைகளை அழித்துக் கட்டிடங்களைப் பெருக்கல் கூடாது.

31. ஆல், அரசு, வேம்பு, அத்தி, புன்னை, கடம்பு, வன்னி, மா, பலா, வாழை, தென்னை, கமுகு, கிச்சிலி, நாரத்தை, எலுமிச்சை முதலிய மரங்களை வைத்து வளர்ப்பது சிறப்பு.

32. அமைப்பின் நுழைவாய்ப் பக்கம் போக, மற்ற மூன்று பக்கங்களிலும் சம டை விட்டு விட்டு, வட்டமாகவோ சதுரமாகவோ, எட்டு இடம் குறித்துக்கொண்டு, ஒவ்வோரிடத் திலும் ஒவ்வொரு செய்குன்று அமைத்து, ஒவ்வொரு குன்றின்

மீதும் ஓர் அழகிய கட்டிடம் எழுப்பலாம். முதல் கட்டிடத்தினுள், 'தெய்வம் ஒன்று' என்பது எழுத்தால் எழுதப் பெறலாம். அதில் எவ்வுருவமும் அமைத்தல் கூடாது. இரண்டு முதல் எட்டுவரையு முள்ள கட்டிடம் ஒவ்வொன்றிலும் முறையே, அன்னை, கிறிஸ்து, விருஷப தேவர், புத்தர், கிருஷ்ணமூர்த்தி, குமரன், தட்சணாமூர்த்தி ஆகிய இவர்தம் ஓவியம் அமைக்கலாம். இயற்கை, அன்பு, அஹிம்ஸை, தர்மம், நிஷ்காமியம், அழகு, மோனம் என்பன முறை முறையே ஒளிருமாறு ஒவ்வோர் ஓவியமும் அமைதல் நல்லது. இயற்கை முதலியவற்றை எழுத்திலும் வரைந்து ஆங்காங்கே வைக்கலாம். அமைப்பின் நடுவில் ஒரு குன்று செய்து, அதன்மீதும் ஒரு கட்டிடம் எழுப்பிப், புற இதழ் பலவாகவும், அக இதழ் எட்டாகவும் கொண்ட ஒரு தாமரைப்பூ முகிழ்த்ததுபோல ஓர் ஓவியம் பொறிக்கலாம். அக இதழ் எட்டிலும், தெய்வம் ஒன்று, இயற்கை, அன்பு, அஹிம்ஸை, தர்மம், நிஷ்காமியம், அழகு, மோனம் ஆகியவற்றை முறைமுறையே வரையினும் வரையலாம். இந்நடுக்கட்டிடத்தில் உருவங்கள் அமைத்தல் கூடாது.

33. வெள்ளிய துகிலில் தாமரைப் பூ ஓவியம் பொறித்த கொடி சன்மார்க்கத்துக்கு உரியது.

34. தாமரைப்பூ பொறித்த அழகிய சின்னத்தைச் சன்மார்க்க ஊழியர்கள் அணிந்து கொள்ளலாம்.

35. குருமார் திருமொழிகளின்வழி நின்றொழுகல், அவை களை ஓதல், பிரசாரம் செய்தில் முதலிய வகையில் வழிபாடு நிகழ்த்தலாம்.

36. வழிபாடுகளுள் தலையாயது தியானம்.

37. அவரவர் விருப்பத்துக்கியைந்த குருவை அவரவர் தியானிக்கலாம். ஒரு மரத்திலுள்ள கனிகளுள் எதை உண்டா லென்ன?

38. தியானம் தொடக்கத்தில் குருமீது செல்லும். நாளடைவில் அதனைக் குருபோதனைமீது செலுத்தப் பயிலல் வேண்டும். இப்பயிற்சி முதிர முதிரப் பன்மை உணர்வு கெடும். மேல் விளைவு முதலியவற்றை முன்னூலில் பார்க்க.

39. மக்கள் இயல் சார்ந்ததன் வண்ணமாவது. செம்மையுறத் தியானம் பெருந்துணை செய்யும்.

40. தன் விளக்கத்துக்கும், பிற நலனுக்கும் தியானமும் தொண்டும் செய்தல் முறைமை. இரண்டும் வழிபாடேயாகும்.

41. தன்னலத்துக்கு மட்டும் செய்யும் எதுவும் வழிபாடாகாது.

42. சன்மார்க்கம் மேலும் மேலும் விளங்குதற்குத் தன்னலம் துணை நில்லாது. அதற்குப் பரநல நாட்டமும் தொண்டும் தேவை.

43. பரநல நாட்டமும் தொண்டும் சன்மார்க்கத்துக்கு இன்றியமையாதன.

44. குருமார் வழிபாட்டில்,நாடு,நிறம், மொழி, பிறப்பு, மதம் முதலிய வேற்றுமைகளும் - புரோகிதம், சம்பிரதாயம், கண்மூடி வழக்க ஒழுக்கம் முதலிய கட்டுக்களும் - குறுக்கிடலாகாது. குருமார் போதனைகளால் சகோதர நேயம் பரவாதவாறு இவ்வேற்றுமைகளும் கட்டுப்பாடுகளும் தடைசெய்து வருகின்றன. இன்னும் இப்பீடைகளைக் கட்டி அழவேண்டுவ தில்லை.

45. 'சத் என்னும் இறை, எவ்வுயிரிலும் நீக்கமற நிறைந் திருப்பது' என்பது குருமார் போதனை. இதன் கருத்து என்னை? எல்லாருஞ் சகோதரர் என்பது. இச்சகோதர நேயத்தை மக்களிடை வளர்க்கப் போந்தவர் குருமார். அவர் வழிபாட்டில் வேற்றுமைகளும் கட்டுப்பாடுகளும் எற்றுக்கு?

46. வேற்றுமையும் கட்டுப்பாடும் உள்ள இடத்தில் குருமார் ஒளி விளங்கித் தோன்றாது.

47. சன்மார்க்கம் எல்லார்க்கும் உரியது. சகோதர நேயம் அதன் அடிப்படை. அதற்குரிய செயல்கள் அமைப்புகளில் நடை பெறுதல் நல்லது.

48. சகோதரநேயம் பெருகுதற்குக் கலப்புமணம், உடன் உண்ணல், இன்ன பிற, நற்றுணை செய்யும்.

49. மன உணர்வு ஒடுங்குநிலை எய்தியவரும், மற்றவர் பொருட்டு வழிபாடு செய்வது பரோபகாரமாகும்.

50. சன்மார்க்கப் பிரசாரத்துக்கென்று திருவிழாவுஞ் செய்யலாம்.

51. திருவிழா வெறுங்களியாடல் முறையில் செய்தல் கூடாது.

52. ஏழு உருவங்களையோ, எட்டுப் போதனைகள் பொறிக்கப்பெற்ற கொடிகளையோ, எட்டுப் போதனைகளை யுடைய தாமரை ஓவியத்தையோ, வெறும் தாமரை ஓவியத்தையோ அல்லது ஒருங்கே இவையனைத்தையுமோ தாங்கி ஊர்வலம் வரலாம்.

53. ஊர்வல முறைகளில் கட்டுப்பாடு வேண்டுவதில்லை. அவ்வவ் விடத்துக்குரிய நிலையை ஒட்டி முறைகளை ஒழுங்குபடுத்திக் கொள்ளலாம்.

54. ஊர்வலத்தில் சன்மார்க்க பஜனை, பிரசாரம் முதலியன நடைபெறலாம்.

55. வாத்தியம், இசைப்பாட்டு, இன்ன பிற விரும்பப்படின், அவ்வவ்விடத்தின் இயல்புக்கு ஏற்றபடி, அவைகளைப் பயன்படுத்தலாம்.

56. அமைப்பு, திருவிழா முதலியன சன்மார்க்கப் பிரசாரத்துக் கென்று நடைபெறுவன என்பதை, மன்பதை உணரு முறையில் சங்கத்தார் நடந்துகாட்டல் வேண்டும்.

57. அமைப்பு முதலியவற்றிற்கென நிதி திரட்டிச் சேமித்து வைத்தலாகாது. அவ்வப்போதைய நிகழ்ச்சிக்குத் தேவையான அளவில் பொருள் சேர்த்து, அவ்வந் நிகழ்ச்சியை நிறைவேற்றி விடுதல் வேண்டும். இதுகுறித்து முன்னூலில் விளக்கஞ் செய்யப் பட்டிருக்கிறது. அதை ஊன்றிக் கவனிக்க.

58. இச்சிறு நூலில் அமைப்பு முறைகளுக்குரிய துறை களையெல்லாம் விரித்துக்கூறல் இயலாது. குறிப்பாகச் சில இங்கே சொல்லப்பட்ட ன. இவைகளை அடிப்படையாகக் கொண்டு கால தேச வர்த்தமானத்துக்கு எற்ற முறையில் அறிஞர் விரும்புமாறு செய்யலாம். சன்மார்க்க சங்க நோக்கத்துக்கு மாறு படாத முறையில் எதுவும் நிகழ்தல் வேண்டும். இது கருதத் தக்கது.

4. சமரசமும் சீர்திருத்தமும்

1. சீர்திருத்த முறைகளின் விரிவை முன்னூலிற் காண்க.

2. இந்நூலுக்கேற்பச் சில சீர்திருத்த முறைகளைச் சிறப் பாகக் குறிப்பிடுவது ஒழுங்கு.

3. எச்சீர்திருத்தமும் இயற்கைக்கு அரண்செய்வதா யிருத்தல் வேண்டும். இயற்கைக்கு அரண்செய்யாத சீர்திருத்தம் எதுவும் விரைவில் வீழ்ந்துபடும்.

4. குருமாரின் சமரசம் பரவாதவாறு தடைசெய்து வருவன பல. அவைகளுள் சிறப்பாக இங்கே குறிக்கத் தக்கன இரண்டு. ஒன்று புரோகிதம்; மற்றொன்று அரசு.

5. புரோகிதத்தால் சாதிமத வேற்றுமையும், அரசால் முதலாளி தொழிலாளி வேற்றுமையும் நாளுக்கு நாள் பெருகிச் சன்மார்க்கத்துக்கு இடையூறு செய்வதாயின.

6.சீர்திருத்த ஞானிகள் இடையிடைத் தோன்றிக் குருமார் போதனைகளிலுள்ள சமரசம் விளங்குமாறு ‘தெய்வம் ஒன்றே’ என்பதையும், 'தெய்வ நெறியும் ஒன்றே' என்பதையும் அறி வுறுத்திச் சமரசத்துக்குத் தடைகளாக உள்ள கண்மூடி வழக்க ஒழுக்கங்களை மறுத்துச் சென்றிருக்கிறார்கள். சமீபகாலத்தில் இராமகிருஷ்ணர், இராஜாராம் மோகன்ராய், இராமலிங்க சுவாமிகள் முதலியோர் தோன்றிச் சமரசத் துறையில் நின்று, கண்மூடி வழக்க ஒழுக்கங்களை மிக உரமாகக் கண்டித்து, ஒரே தெய்வம், ஒரே நெறி என்பதை வலியுறுத்தினர். இவர்கள் போதனையால் புரோகிதப் புன்மை உலகுக்கு ஒருவாறு விளங்கிச் சாதிமத சமரசம் உலகில் சிற்சில இடங்களில் அரும்பி வருகிறது. அரும்பியும், விளையத்தக்க பயன் விளையாமலிருக் கிறது. காரணம் என்னை? பொருளாதார சமரசம் பரவாமையே யாகும். முன்னைச்

சீர்திருத்த ஞானி கட்குப் பொருளாதாரப் பொதுமையை உணர்த்தும் வாய்ப்போ அவசியமோ நேராமற் போயிற்று. அதைப்பற்றி ஆராய வேண்டுவதில்லை.

7. பலதிறச் சமரச போதனைகளுடன் பொருளாதார சமரச போதனையும் சேர்தல் வேண்டும்; சேர்ந்தால் விளையத்தக்க பயன் விளையும்.

8. பொருளாதாரப் பொதுமைக்கென்று இந்நாளில் தோன்றியவர் காரல் மார்க்ஸ்.

9. சமரசத் துறைகளுக்கெல்லாம் அடிப்படை பொரு ளாதார சமரசம்.

10. பொருண்மை வாழ்வுக்கு இன்றியமையாதது. இன்றி அமையாத அதில் சமரசம் இல்லையெனில், மற்றச் சமரசத் துறைகளால் விளையத்தக்க பயன் எப்படி விளையும்?

11. செயலில் குருமார் போதனைகள் நிறைவேறிச், சன்மார்க்கம் எங்கும் பரவி, மக்களிடைச் சகோதர நேயம் விளங்கவேண்டுமானால், பொருட் பொதுமையை உலகம் பெறுதல் வேண்டும்.

12. பொருட் பேச்சு, சன்மார்க்கத்துக்கு எற்றுக்கு என்னுங் கேள்வி சில இடங்களில் பிறக்கலாம். இக்கேள்வி பிறத்தற்கு அடிப்படையாகச் சில கொள்கைகள் இடை நாளில் முளைத்தன. அவைகளைத் திரட்டி இங்கே மூன்றாகக் குறிக்கலாம். (1) கடவுள் வேறு உலகு வேறு என்பது. (2) உலக இன்பத்தைத் துறத்தல் கடவுள் நெறி என்பது. (3) உலகம் பொய் என்பது. இவைகள் இயற்கைக்கு முரண்பட்டன என்பது, பொதுவாக என்னுடைய நூல்கள் பலவற்றிலும், சிறப்பாகச் 'சன்மார்க்க போத'த்திலும் விளக்கப்பட்டுள்ளது. விரிவு அந்நூல்களிற் பார்க்க.

13. கடவுள் நெறி வேறென்றும், உலகியல் வேறென்றும் நினைப்பது தவறு. கடவுளுக்கு உலகம் தேவை. உலகுக்குக் கடவுள் தேவை. கடவுளின்றி உலகமில்லை; உலகமின்றிக் கடவு ளில்லை. இரண்டையும் பிரித்துக் காட்டல் இயலாது.

14. கடவுளும் உலகமும் பிரிவின்றி ஒன்றுபட்டிருந்தலால், 'கடவுள் நெறி வேறு; உலகியல் வேறு' என்று கொள்வது தவறு. உலக இன்பத்தைத் துறப்பதும், 'உலகம் பொய்' என்று கருதுவதும் முறையே கடவுளின்பத்தைத் துறப்பதும், கடவுளைப் பொய் என்று கருதுவதுமாகும்.

15. கடவுள் நெறியாகிய சன்மார்க்கத்துக்கு உலகம் தேவை. உலகுக்குப் பொருள் தேவை. ஆகவே, சன்மார்க்கத்துக்கு மற்றச் சமரசங்களுடன் பொருளாதார சமரசமும் தேவை. இதை முன்னாளில் விளக்கியவர் திருவள்ளுவர் உள்ளிட்ட சிலர்; இந்நாளில் விஞ்ஞான முறையில் விளக்கியவர் காரல் மார்க்ஸ்.

16. சாம்ராஜ்யக் கொடுமையால் சன்மார்க்க வளர்ச்சி குலைந்து விட்டது. இக்குலைவைப் போக்க வல்லது மார்க்ஸியம்.

17. மார்க்ஸியத்தால் செல்வம் ஒருபால் பெருகி மற்றொருபால் அருகுதல் ஒழியும்; ஏழ்மை நீங்கும்; ஏழைகள் தொகை பெருகாது; உலகம் செம்மையுறும். உலகச் செம்மை சன்மார்க்க ஆக்கத்துக்குத் தேவை.

18. பொருட் பொதுமைக்குக் கொலைப் புரட்சி வேண்டும் என்பது சில இடங்களில் சொல்லப்படுகிறது. இது சன்மார்க்கத் துக்கு மாறுபட்டது.

19. கொல்லாமை, சன்மார்க்கத்தின் தத்துவங்களுள் சிறந்த ஒன்று.

20. பொருளாதார சமரசத்தாரிடைத் தத்துவத்தில் பெரிதும் மாறுபாடு நிகழ்வதில்லை. தத்துவத்தை நிறைவேற்றிக் கொள்ளும் முறையில் அவரிடை மாறுபாடு நிகழ்வது உண்டு.

21. தத்துவத்தை நிறைவேற்றக் கொலைப்புரட்சியைக் கைக்கொள்ளல்வேண்டும் என்னும் நியதியில்லை.

22. நியாயவரம்பில் நின்று,

அஹிம்ஸையைக் கடைப்பிடித்து, மக்கள் அறிவு விளங்குமாறு சன்மார்க்கப் பிரசாரஞ்செய்து, பொருட் பொதுமைக்கு ஆக்கந்தேடலாம். இது, சன்மார்க்கத்துக்கு உரிய முறை.

23. சன்மார்க்க போதனையில் சகோதர நேயமிருத்தலால், அது, முதலாளி தொழிலாளிகளுக்குள் சகோதர நேயத்தை எழுப்பிப், பொருட் பொதுமையை நாளடைவில் உண்டு பண்ணும்.

24. பொருட் பொதுமை உணர்வைப் பகைமையால் தனித்தனி மக்களிடை எழுப்புவது தவறு. சகோதர நேயத்தால் பொதுமையில் அவ்வுணர்வை எழுப்புதல் நலம்.

25. பொருளாதார சமரச ஞானிகளில் ஒருவர் கொண்ட முறையையே மற்றவர் கொள்ளல் வேண்டும் என்னுங் கட்டுப்பாடில்லை.

26. முறை, கால தேச வர்த்தமானத்தை ஒட்டித்தானே அரும்புவது. அதில் கருத்துச் செலுத்தி வாதப்போர் நிகழ்த்துவது அநாவசியம்.

27. கடவுள் நெறியாகிய சன்மார்க்கம், பொருட் பொதுமைக்கு மாறுபட்டது என்று அத்துறைவல்லாருள் ஒருசாரார் கூறுதலால், அவர்தம் போதனையைச் சன்மார்க்கர் எப்படி ஏற்பது என்னும் ஐயம் சில இடங்களில் நிகழலாம்.

28. சன்மார்க்கத்துக்கு அரண் செய்யக் கூடிய போதனை களையே சன்மார்க்கர் கொள்வது நலம்.

29. ஒருவர் போதனையிலேயே சன்மார்க்கத்துக்கு அரண் செய்வதும் முரண் செய்வதும் இருக்கலாம். பகுத்தறிவால்

அரண் செய்வது எது என்பதை ஆராய்ந்து கொள்ளுதல் வேண்டும்.

30. பகுத்தறிவு கொண்டு, ஒன்றை ஆராய்ந்துகொள்ளு தற்கோ தள்ளுதற்கோ ஒவ்வொருவர்க்கும் உரிமை உண்டு.

31. பொருட்பொதுமை கருணையை அடிப்படையாகக் கொண்டது.

32. எல்லாரும் பொருளின்பத்தைப் பொதுமையில் நுகர்தல்வேண்டும் என்பது பொருட்பொதுமையின் நுட்பம். இது கருணையன்றோ?

33. ஏழைகள் தொகையைப் பெருக்கிச் சோறிடுவது கருணையாகாது. ஏழ்மையைப் போக்குவது கருணையாகும். விளக்கத்துக்கு முன்னூல் பார்க்க.

34. கருணையுள்ள இடத்தில் சமரசம் இருத்தல் இயல்பு.

35. கருணையுடையார் அனைவரும் சன்மார்க்கரேயாவர்.

36. கருணை, சன்மார்க்கத்தின் உயிர்.

37. சத் என்பது முழு கருணையுடைய ஒன்று.

38. பொருளாதார சமரசத்தார், புரோகித மார்க்கத்தை விரும்புவதில்லை. அதைக்கொண்டு, அவர் சன்மார்க்கத்தை வெறுப்பதாகக் கொள்ளலாகாது. புரோகிதமார்க்கம் வேறு; சன்மார்க்கம் வேறு.

39. புரோகித மார்க்கம் அருக அருகச் சன்மார்க்கம் ஆக்கம்பெறும்.

40. கடவுள் நெறி என்னும் பெயரால் புரோகிதம் நடமாடுகிறது. அது கடவுள் நெறியன்று.

41. குருமார் பெயராலும் புரோகிதம் உலவிவருகிறது. குருமார்க்கும் புரோகிதத்துக்கும் எவ்விதத் தொடர்புமில்லை.

42. குருமார் போதனைகள் நேரிய முறையில் பரவாதவாறு தடைசெய்து வருவது புரோகிதம். இத்தகைப் புரோகிதத் துக்கும் குருமாருக்கும் எவ்வழியில் தொடர்பு இருத்தல் கூடும்?

43. குருமார் போதனைகளிலும் புரோகிதம் திரிபுகள் செய்திருக்கிறது. அத்திரிபுகளைப் பகுத்தறிவால் உணர்ந்து, அவைகளை ஒதுக்குதல் நல்லது.

44. கல்வி அறிவு ஒழுக்கத்திற் சிறந்து, உண்மை காண எதையும் பகுத்தறிவால் ஆராய்ந்து ஆராய்ந்து பண்பட்ட நெஞ்சிற்கு 'இது திரிபு? இஃது உண்மை' என்பது விளங்கும்.

45. பண்பட்ட நெஞ்சிற்கு இயற்கை அன்னையின் அருள் கிடைத்தல் இயல்பு.

46. பண்பட்ட நெஞ்சுடைய நன்மக்கள் வழித்தீமையைப் போக்க இயற்கை அன்னை எப்பொழுதும் முனைந்தே நிற்கிறாள். அவள் துணைபெற மக்கள் தங்களைப் பண்படுத்திக் கொள்ளல்வேண்டும்.

47. பண்படாத மனத்துக்கு உண்மை விளங்காது.

48. குருமார் வரலாறுகளும் சரித்திர முறையில் பெரிதும் உலகில் வழங்கவில்லை. புரோகிதப் புனைந்துரைகள் பெரிதும் குருமார் வரலாறுகளாக வழங்கப்பட்டு வருகின்றன.

49. ஒரே குரு, ஒரு சாராரால் போற்றப்படுகிறார்; மற்றொரு சாராரால் தூற்றப்படுகிறார். இதற்குக் காரணம் என்னை? மதப்பித்தே யாகும்.

50. மதப்பித்து, புரோகிதத்தின் பிள்ளை.

51. மதப்பித்து ஒரு சார்பில் அளவுகடந்த போற்றலையும், மற்றொரு சார்பில் அளவுகடந்த தூற்றலையும் எழுப்பும்.

52. மதப்பித்து வளர வளரப் புரோகிதமும் வளர்ந்து வரும். மதப்பித்தால் புரோகிதத்தின் வாழ்வு நடந்து வருகிறது.

53. புரோகிதப் புனைந்துரைகளாலாகிய வரலாறுகளை நம்புதல் கூடாது. அவைகளை மொழிக்குரிய இலக்கியங்களாகக் கொள்ளலாம்.

54. சன்மார்க்க சங்க நோக்கத்தைப் பிரசாரஞ் செய்யும் போது, அந்நோக்கத்துக்கு மாறுபட்ட அமைப்புகளோ ஆட்சி முறைகளோ பிறவோ ஆங்காங்கே காணப்படின், அவைகளை வன்மையால் தாக்குதல் கூடாது. அமைப்புகளும், ஆட்சி முறைகளும், பிறவும் மக்களல்ல. அவைகள் மக்களால் கோலப்படுவன. மக்கள் சன்மார்க்கத்தில் திரும்பினால், அமைப்பு, ஆட்சிமுறை முதலியனவும் சன்மார்க்கத்தில் திரும்பும். ஆகவே, அன்பார்ந்த சன்மார்க்கப் பிரசாரத்தால், எதையும் ஒழுங்குபடுத்தவே முயலல் வேண்டும். வேறுவித வன்செயலில் புகுதல் கூடாது. அது சன்மார்க்க சங்க முறையாகாது.

55. மூர்க்கநெறி சன்மார்க்கமாகாது. எக்காரணம் பற்றியும் எதன் பொருட்டும் சன்மார்க்க சங்கத்தார் மூர்க்கத் துறையில் இறங்குதலாகாது.

56. சன்மார்க்கப் பிரசாரம் முதலியன அன்புவழியில் நிகழ்தல் வேண்டும்.

57. தீமையைத் தீமையால் போக்க முயலலாகாது. அம்முயற்சி தீமையையே பெருக்கும்.

58. தீமையைப் பிரசாரம் முதலியவற்றால் களைய முயல்வது அறம்.

59. சீர்திருத்தப் பிரசாரகர், முதலாவது தம்மைப் பண்படுத்திக் கொள்ளல்வேண்டும். அவர்கள் நெஞ்சில் இரக்கம் இருத்தல் வேண்டும்; பகைமை இருத்தல் கூடாது.

60. பகைமையறத் தம்மைப் பண்படுத்திக் கொள்ளாதவர் சீர்திருத்தத் தொண்டில் இறங்குதலாகாது.

61. சீர்திருத்தத்துக்குரிய முறைகளுள் சிறந்த ஒன்று நோன்பு. உண்மை நோன்பால் எல்லாம் ஒழுங்குபடும். நோன்புக்கு உள்ள ஆற்றல் பெரிது. நோன்பு முறைகள் முன்னூலில் சொல்லப் பட்டுள்ளன.

62. நாடு, நிறம், மொழி, சாதி, மதம் முதலியவற்றைப் பற்றியெழும் வேற்றுமை யுணர்வு ஒழிவதாக. சகோதர நேயம் பெருகுவதாக. உலக முழுவதும் சன்மார்க்கம் பரவுவதாக.

63. இயற்கையை உடலாக்கொண்டு, என்றும் மாறுதலின்றி, எங்கும் நீக்கமற நிறைந்து நிற்கும் ஒன்றாய், உண்மையாய், அறிவாய், அன்பாய், இன்பாய், அழகாய் உள்ள இறை வாழ்க.

64. இறைக்கு உடலாய் நின்று, திருவிளையாடல் புரியும் இயற்கை வாழ்க.

65. இயற்கை - இறைவழி நின்று, உலகை நடாத்தி வருங் குருமார் வாழ்க

66. கால தேச வர்த்தமான நிலைமைக்கு ஏற்றவாறு, அவ்வப்போது குருமார்வழிப் பிறந்த அருள்மொழிகள் வாழ்க.

67. அருள்மொழிகளின் பொருளாயுள்ள சன்மார்க்கம் வாழ்க.

68. சன்மார்க்க சங்கம் வாழ்க.

திருவாரூர் - வி. கலியாணசுந்தரன்
சன்மார்க்க ஊழியன்

★ ★ ★

www.ingramcontent.com/pod-product-compliance
Lightning Source LLC
LaVergne TN
LVHW050751061126
851857LV00013B/1104